INSIGHT PUBLICA®

INSIGHT PUBLICA®
Nadakkavu, Kozhikode, Kerala
Tel:0495–4020666
www.insightpublica.com
e-mail: insightpublica@gmail.com
Neelayaythanneyo
T Reji
(Malayalam Poems)
First Edition: October 2020

ISBN 978-93-90404-16-2
Printed and Published by
Insightinpublica Printers & Publishers Pvt. Ltd.

നീലയായ്ത്തന്നെയോ

ടി റെജി

INSIGHT PUBLICA ®

കോഴിക്കോട് ജില്ലയിലെ പേരാമ്പ്രയിൽ ജനനം. ഈ ഞാനും പുറത്തല്ല, ചില നേർത്ത ഞരക്കങ്ങൾ എന്നിവ കവിതാ സമാഹാരങ്ങൾ. 2017 ലെ മൂടാടി ദാമോദരൻ സ്മാരക പുരസ്കാരം ലഭിച്ചു. ഹയർ സെക്കണ്ടറി സ്കൂൾ അധ്യാപകൻ.

ഭാര്യ: ഷിഗ. മക്കൾ: സ്നേഹിത, തെന്നൽ.

വിലാസം: താവൊളി, കായണ്ണബസാർ പി.ഒ, കോഴിക്കോട്.
Email: trajivaloor@gmail.com
Mob.9847024403

ടി. റെജി

ഉള്ളടക്കം

പഠനം

മുഴുവനായുള്ള മുഴക്കം\9
ദേവേശൻ പേരൂർ

കവിതകൾ

നീലയായ്ത്തന്നെയോ !\21
2018 ആഗസ്റ്റ് 15\22
ആ ദിവസം\23
ഉണക്കം\24
കുത്തനെ വരച്ച ആകാശം\25
പുറത്താക്കപ്പെട്ടവർ
ഒരു രാഷ്ട്രം പണിയുന്നു \26
ഉറക്കം\27
ബലി\28
കല്പന\29
ദൂരം\30
മഷി\31
മരവും മനുഷ്യനും\32
സാഹസികത\33
കാറ്റ്\34
വിലാപം\35
തീറ്റ\36
അകലം\38
അടയാളം\39
കടലും മലകളും\40
എന്നിലേക്കുള്ള ദൂരങ്ങൾ\41
പിറവി\43
വീടൊഴിയുന്ന ദിവസം\44
രാപ്പിറവി\45
അവർ വീണ്ടും വരും\47
പൊറുതി\48
വേനലിലെ പകൽ\49
ഒരു മനുഷ്യനെങ്കിലും\50
പരിണാമദശയിലെ
അവസാനത്തെ അവയവം\51
ചിരിക്കാൻ മറന്ന ദിവസം\52
ഉത്സവപ്പിറ്റേന്ന്\54
കടലോരത്തെ
കുടിലുകൾ\55
പിറന്നാൾ\57
സ്വാതന്ത്ര്യം\58
കടൽപ്പാലം\59
വര,മൊഴി\60
മഴ\61
എട്ടുകാലി\62
ഹർത്താൽ\63
വയസ്സ്\64
മണ്ണ്\65
മരണവീട്ടിൽ\66
ബാധിര്യം\67
കാറ്റ്\68
സ്വപ്നം\69
കാട്ടിലെ ശവമടക്ക്\70
ചെങ്ങോട്ടുമല\71
ഇമ്പം\72
ശ് ശ്...\73
ഇന്ന്\74
ഞാൻ\75
എന്നിട്ടും നാം\76
ചുഴലിക്കാറ്റ്\77
അന്തിയ്ക്ക്\78
വ്യായാമം\79
ലോക് ഡൗൺ\80

പഠനം

മുഴുവനായുള്ള മുഴക്കം

ദേവേശൻ പേരൂർ

ആദിയിൽ വചനമുണ്ടായി, വചനം ദൈവമായിരുന്നു എന്നത് വാക്കിനെ അദ്വിതീയമായ ഒരു പദവിയിൽ ഇരുത്തുന്ന ഭാവനാ വീക്ഷണം തന്നെയാണ്. വരങ്ങൾ മുഴുവൻ വാക്കുകളായിരുന്നുവല്ലോ? വാക്കിന്റെ നിറവേറ്റലാണ് ആദികാവ്യമായ രാമായണം പോലും. ആ നിലയിൽ വാക്കിൻ പ്രപഞ്ചത്തിനകത്താണ് മനുഷ്യസമുദായം ഭൂതകാല സങ്കല്പലോകത്തിലെങ്കിലും പുലർന്നു പോന്നിരുന്നത് എന്ന് കണക്കാക്കേണ്ടിവരും. സാങ്കല്പികമായതെങ്കിലും ഈ വാക്കിൻ പ്രപഞ്ചം വസ്തു പ്രപഞ്ചത്തിന്റെ ആധികാരികതയിലേക്ക് വഴിപിരിയുന്നത് സവിശേഷമായ ഒരു ചരിത്രമുഹൂർത്തത്തിലാണ്. വ്യാവസായിക വിപ്ലവവും വർദ്ധിച്ച ഉൽപ്പാദനവ്യവസ്ഥയുടെ സംസ്ഥാപനവും വാക്കിനെ വസ്തുവിന്റെ പിന്നിലേക്ക് ഒളിപ്പിച്ചു നിർത്തുകയും വാക്കിനെ വസ്തുക്കളുടെ വിളിപ്പേരുകൾ മാത്രമാക്കി പരിമിതപ്പെടുത്തുകയും ചെയ്തു. അവിടെ വാക്ക് വസ്തുക്കളെ കുറിച്ചുള്ള ശബ്ദ(sound)മോ പ്രതിനിധാന(representation)മോ മാത്രമായി. വസ്തുവിനെ പ്രഥമമായെണ്ണുന്ന, വസ്തുപ്രപഞ്ചത്തിൽ മാത്രം മനുഷ്യർ തങ്ങളുടെ ഉൺമയെ തിരയുന്ന, ഒരു ഭൗതിക യാഥാർത്ഥ്യം രൂപപ്പെടുകയുണ്ടായി. എന്നാൽ മനുഷ്യർ നിർമ്മിക്കുന്ന വസ്തുവകകൾ പോലും വാക്കിന്റെ ഉൺമയാണെന്ന സത്യം നാം തിരിച്ചറിയേണ്ടതുണ്ട്. ഫ്രഞ്ച് ചിന്തകരായ ഴീൽദല്യൂസും ഫെലിക്സ് ഗൊത്താരിയും വാക്കിന്റെ അദ്വിതീയമായ പദവിയെ വീണ്ടെടുക്കുന്നു. ജീവിതത്തിന്നാസ്പദം വസ്തുക്കളല്ലെന്നും വാക്കുകൾ കൊണ്ടു പടുക്കുന്ന സൗന്ദര്യലോകത്തിന്റേതാണെന്നുമാണ് അവർ നിരീക്ഷിക്കുന്നത്. അങ്ങനെ വാക്കിനെ പ്രതിനിധാന (representation) പദവിയിൽ നിന്നും

പ്രവൃത്തി (Action) മണ്ഡലമായി മനസ്സിലാക്കാൻ ശ്രമിക്കുകയാണ്. അപ്പോൾ മാത്രമേ വാക്കിന്റ ഭാവശക്തിയെ നാം യഥാർത്ഥത്തിൽ മനസ്സിലാക്കുന്നുള്ളൂ.

വാക്ക് രൂപമാണോ ഭാവമാണോ എന്ന തർക്ക ങ്ങൾ നമ്മുടെ വായനയ്ക്കു മേലെ ഒരു അധികാരഘടനയായും ഒരു സൗന്ദര്യ വിശേഷമായും ഇപ്പോഴും തങ്ങി നിൽക്കുന്നുണ്ട്. വായന പലപ്പോഴും രൂപത്തിനുള്ളിൽ മറഞ്ഞിരിക്കുന്ന ഉള്ളടക്കത്തെ തിരയലായി ത്തീരുന്നു. ചരക്കിനെക്കുറിച്ചുള്ള മാർക്സിസ്റ്റ് വിശകലനവും സ്വപ്നത്തെക്കുറിച്ചുള്ള ഫ്രോയിഡിയൻ സങ്കല്പങ്ങളും രൂപഭാവങ്ങളെ എങ്ങനെയാണ് സമീപിച്ചതെന്ന് അന്വേഷിക്കുന്ന സന്ദർഭത്തിൽ സിസെക്ക് ഈ കാര്യം ചൂണ്ടിക്കാട്ടുന്നുണ്ട്. അദ്ദേഹത്തിന്റെ അഭിപ്രായത്തിൻ രൂപത്തിനുള്ളിൽ മറഞ്ഞിരിക്കുന്ന ഉള്ളടക്കത്തെ പുറത്തെടുക്കലായിരുന്നില്ല മാർക്സും ഫ്രോയിഡും ചെയ്തത്. രൂപത്തിനപ്പുറത്ത് ഉള്ളടക്കത്തോടു തോന്നുന്ന ആകർഷണീയതയെ മറികടക്കുകയായിരുന്നു. എഴുത്തിനും വായനയ്ക്കും ഇത് ബാധകമാണ്. എഴുത്ത് വാക്കിൽ അർത്ഥങ്ങൾ നിറച്ചുവെക്കലല്ല എന്നതു പോലെ വായന വാക്കിലൊളിപ്പിച്ചുവച്ച, അല്ലെങ്കിൽ വാക്കിൽ നിറച്ചുവച്ച പൊരുളിനെ കണ്ടെത്തുന്ന ഖനനപ്രക്രിയയുമല്ല. കാരണം രൂപം ഉറഞ്ഞുകൂടിയ ഉള്ളടക്കമാണ് യഥാർത്ഥത്തിൽ ഓരോ സർഗസൃഷ്ടിയും.

ഈ വിധത്തിൽ വാക്കിനെ പ്രാഥമികമായും രൂപഭാവങ്ങളെ സമഗ്രതയുടെ ആകെ സ്വരൂപമായും സമീപിക്കുന്ന മലയാളത്തിലെ ശ്രദ്ധേയനായ പുതുതലമുറയിലെ കവിയാണ് ടി. റെജി. ഉപഭോഗാസക്തിയിലാഴ്ന്ന ബഹളങ്ങളോ, ആത്മാനുരാഗവ്യഗ്രതയോ, ഒട്ടുമില്ലാത്ത വാക്കിന്റെ ഭാവശക്തിയെ തിരിച്ചറിയുന്ന ഒരവധൂതനെ പോലെ മുഖ്യധാരാ കവിതയുടെ ഓരങ്ങളിലൂടെ നടന്നുപോകുന്ന ഒരേകാന്തപഥികനാണ് ഈ കവി. രസം നിറച്ച് വെച്ച വാക്കിൻ കൂട്ടുകളല്ല അയാൾക്ക് കവിത. അത് നിർജീവമായ കർമ്മ പദവിയലങ്കരിക്കുന്ന ഒരു വസ്തുവകയുമല്ല. ചുറ്റുപാടും നിന്ന് തന്നെ ആവിഷ്കരിക്കാൻ വാക്കുകൾ കൊണ്ട് കഴിയാതെയാവുമ്പോഴാണ് ഈ കവി വാക്കിന്റെ പരിമിതികളെ ലംഘിക്കുന്ന കവിതയുടെ വഴിതേടുന്നത്. ബർജർ ഇതു പറയുന്നുണ്ട് 'ഭാഷയുടെ പരിമിതിയെ ഭാഷ കൊണ്ട് ലംഘിക്കുന്ന പ്രവൃത്തിയാണ് കവിത'.ആ നിലയിൽ തന്നെക്കുറിച്ചുള്ള, ലോകത്തെക്കുറിച്ചുമുള്ള അനുഭൂതിയുടെ ലോകം കൂടിയാണ് റെജിക്ക് തന്റെ കവിതകൾ.അങ്ങനെ അനന്യമായി

നിൽക്കുന്ന അനുഭവ ലോകത്തിന്റേതാണ് ഈ സമാഹാരത്തിലെ ഓരോ കവിതകളും

ഐന്ദ്രിയമായ അനുഭവ ലോകത്തെക്കുറിച്ചുള്ള താൽക്കാലിക സുഖാന്വേഷണത്തിന്റേതല്ല ഇവിടെ കവിക്ക് വാക്കുകൾ. അത് ഐന്ദ്രിയതയ്ക്കപ്പുറത്തുള്ള ഒരു അനുഭൂതിയെ അന്വേഷിക്കലാണ്. ചിലപ്പോൾ നിത്യമെന്ന് സങ്കല്പിച്ചു പോരുന്ന ഒരു ശാശ്വതസത്യത്തെ ആവിഷ്ക്കരിക്കൽ കൂടിയായിത്തീരുന്നു. നമ്മെ ചൂഴ്ന്ന് നിൽക്കുന്ന ലോകം നമ്മുടേതല്ലെന്ന തിരിച്ചറിവിൽ നിന്നാവാം കവി ഇങ്ങനെ ആലോചിക്കുന്നത്.

ഈ മരത്തെ ചുറ്റിപ്പടർന്ന വള്ളികൾ
ഇതിന്റേതല്ല
ആഴ്ന്നിറങ്ങിയ വേരുകൾ
ഇതിന്റേതല്ല
കൊത്തിവെച്ച പൊത്തുകൾ
പൊത്തിലിരിക്കും കിളികൾ
കിളിപാടും പാട്ടുകൾ
ഇതിന്റെ തല്ല.
(ഉണക്കം)

അയഥാർത്ഥമായ വള്ളിപ്പടർപ്പുകൾ ഒരു മിഥ്യാ ലോകത്തെ ചൂഴ്ന്ന് നിൽക്കുന്നവയാണ്. തന്റേതെന്നു തോന്നുന്നതൊക്കെയും തന്റേതല്ലെന്ന് തോന്നുന്ന സന്ദർഭം. അതു കൊണ്ടു തന്നെ ഉടൽ മാത്രവിചാരങ്ങളിൽ നിന്ന് കവിത പുറത്തുകടക്കാൻ യത്നിക്കുന്നു. അത് വ്യക്തിയുടെ അകം പുറം സംഘർഷത്തിലേയ്ക്കാണ് നയിക്കുന്നത്. ഉടൽ സൗന്ദര്യമല്ല ഒരാളുടെ അസ്തിത്വം. അത് അകം പൊരുളാണ്. ഉടലിനെ ഭേദിച്ചു നിൽക്കുന്ന അകത്തിന്റെ നിൽപ്പ്, മൂല്യങ്ങളാണ് മനുഷ്യൻ എന്ന സങ്കല്പം കവിത മുന്നോട്ടു വെയ്ക്കുന്നുണ്ട്. സത്തയും രൂപവും എന്ന ദ്വന്ദ്വഭാവത്തെയാണ് ഇവിടെ കവിത ഉൾകൊള്ളുന്നത്.

ഉടൽ കൊണ്ടു മാത്രം
ഉണർന്ന ഒരാളെ
എങ്ങനെ ഉണർത്തും?
....
....

മൂല്യങ്ങളോ
മൂലഗ്രന്ഥങ്ങളോ
അയാളെ ഉണർത്തുന്നില്ലെങ്കിൽ?

ഇതൊരു ഉൽകണ്ഠയായല്ല രൂപത്തിനെ ഭേദിച്ച നിൽക്കുന്ന ഒരു മനുഷ്യസത്തയെന്ന നിലയ്ക്കാണ് കവിതയിൽ അത് പ്രവർത്തിക്കുന്നത്.

ഈ അകം പുറം സംഘർഷങ്ങൾ പല കവിത കളിലുമുണ്ട്. തീറ്റയെരൂപകമാക്കി കവി അത് വേറൊരു തരത്തിൽ അവതരിപ്പിക്കുന്നതു നോക്കൂ.

വായ എന്ന മുറിവിലൂടെ
അകത്തേക്ക് പോകുന്നു.
പിന്നീട് എന്ത് സംഭവിച്ചു എന്നറിയില്ല
മലദ്വാരം എന്ന വാതിലിലൂടെ
പുറത്തേക്കു പോകുന്നു.
പിന്നീട് എന്തു സംഭവിച്ചു എന്നറിയില്ല
രണ്ടിനുമിടയിൽ ശരീരത്തിന്
എന്തു സംഭവിച്ചു എന്നറിയില്ല.
വീട്ടിലേയ്ക്ക് ആരൊക്കെയോ വരുന്നു.
കുട്ടികളും വലിയവരുമുണ്ട്.
വർത്തമാനം പറയുന്നു
ചിരിക്കുന്നു കളിക്കുന്നു.
ആഹാരം കഴിക്കുന്നു
യാത്ര പറഞ്ഞു പോകുന്നു.
വാതിലടയ്ക്കുന്നു
വരവിനും പോക്കിനുമിടയിൽ
വീടിനെന്തു സംഭവിച്ചു
എന്നറിയില്ല.

ഇങ്ങനെ ദൃശ്യമായ പ്രത്യക്ഷാനുഭവങ്ങൾക്കു പ്പുറത്ത് അദൃശ്യമായ ഒരു പ്രാതിഭാസിക പ്രക്രിയയുണ്ട്. അതിനെയാണ് കവിത കൊണ്ട് വിഭാവനം ചെയ്യുന്നത്.

സത്യമെന്തെന്നറിയാൻ കഴിയാത്ത ഒരു മായക്കാഴ്ച്ചയിൽ കണ്ണു മറയ്ക്കപ്പെടുന്നുണ്ട്. കാണുന്ന യാഥാർത്ഥ്യമല്ല അനുഭവിക്കുമ്പോഴുള്ള യാഥാർത്ഥ്യം.

നീലയല്ലാതൊരു നിറമില്ലെന്നെന്നെ
പഠിപ്പിച്ച സമുദ്രമേ
ആകാശത്തിന്നകിടിൽ മുട്ടിക്കുടിക്കും
നീലമേഘമേ
നീലിച്ചൊരൊറ്റത്തുവലായ്
പൊഴിയുന്ന സന്ധ്യേ
നീലയായ് തന്നെയോ
നിങ്ങൾ തൻ നിറം കാൺമത്
(നീലയായ് തന്നെയോ)

നീതിയെ സംബന്ധിച്ച നോട്ടങ്ങളും ഈ കവിതകളിൽ വേറെയാണ്. കേവലമായ നീതി സങ്കല്പങ്ങൾക്കപ്പുറത്ത് നോക്കു ന്നവരുടെ നോട്ടപ്പാടുകളിലാണ് നീതിയുടെ ചിത്രം തെളിയുക. സ്നേഹം ഇക്കാണുന്നതൊന്നുമല്ല, കാട്ടുപന്നിയെ വേട്ടയാടാൻ വേടൻ കൂർപ്പിച്ച അമ്പിലെവിടെയോ ആണത് എന്ന് സച്ചിദാനന്ദൻ പറയുമ്പോൾ സ്നേഹം എന്നത് ഹിംസയായി പരിണമിക്കുന്നതു പോലെ; നീതിയെ സംബന്ധിച്ച ഒരു വിപര്യയ വിചാരം റെജിയുടെ കവിതയിലും പ്രവർത്തിക്കുന്നുണ്ട്.

വേട്ടമൃഗം കൊണ്ടുപോയ
അമ്പിനെക്കുറിച്ചോർത്ത്
വേട്ടക്കാരൻ
ഉടലിൽത്തറച്ച
അമ്പിൻ വേദനയിൽ
പ്രാണനെക്കുറിച്ചോർത്ത്
മൃഗം
ഇരയെയും വേട്ടക്കാരനേയും
ഒരേ നീതിയാൽ വിധി
ക്കാനാവാതെ
കാട്
(വിലാപം)

കരുണയേതാണ് ഹിംസയേതാണ് എന്ന് തിരിച്ചറിയപ്പെടാൻ കഴിയാതെയുള്ള നീതി തൻഗതി. അതിനാൽ പുതിയൊരു തത്ത്വ ശാസ്ത്രം വേണ്ടിവരുന്നു. ആ തത്ത്വശാസ്ത്രം മനുഷ്യരുടെ ജൈവ ജീവിതത്തിന്റെ പ്രേരണ കൂടിയായിരിക്കണം എന്ന് കവി കരുതുന്നു.

ഇത്തരമൊരു സങ്കല്പം പല കവിതകളിലും ചിതറി നിൽക്കുന്നുണ്ട്. 'ഒരു യന്ത്രമുണ്ടായിരുന്നെങ്കിൽ / വെയിലിനെ നാരു നാരായി / കീറിയെടുക്കാമായിരുന്നു' (ഒരു മനുഷ്യനെങ്കിലും) എന്ന സങ്കല്പന ത്തിൽ യാന്ത്രിക ജീവിതത്തിന്റെ ഒരു ഉൽകണ്ഠ പ്രവർത്തിക്കുന്നുണ്ട്.

പ്രകൃതി പ്രതിഭാസങ്ങളുടെ ജൈവ സൗന്ദര്യം ഏതൊരു കവിതയും ആകർഷിക്കുന്നതാണ്.പലപ്പോഴും കാല്പനികതയുടെ ഭാവപ്പകർച്ചയിലായിരിക്കും പ്രകൃതിക്കാഴ്ചകളെ കവികൾ നോക്കു ന്നത്. പക്ഷേ ഇവിടെ പ്രകൃതിപ്രതിഭാസങ്ങൾ മാനുഷികതയുടെ ഭാവത്തിൽ വന്നെത്തുന്നു.

കിളികൾ മുറ്റത്തിരുന്ന്
ചിലച്ചു തുടങ്ങുന്നതിനു തൊട്ടുമുമ്പ്
വരാൻ സമയമായോയെന്ന്
മഞ്ഞുതുള്ളികളെയയച്ച്
ആരായുന്നുണ്ടായിരുന്നു.
വസന്തത്തിനു തൊട്ടുമുമ്പത്തെ പുലരി.

പ്രകൃതി ഇവിടെ കവിക്കു പുറത്തല്ല. മുഗ്ധമായ ഒരു മാനുഷിക ചേതന പ്രകൃതിയിൽ നമുക്കു കാണാൻ കഴിയുന്നു. അങ്ങനെ പ്രകൃതി കർത്തൃഭാവത്തെ പൂകുന്നു.

സാമൂഹ്യ പ്രശ്നങ്ങൾക്കെതിരെയുള്ള ആഹ്വാനമോ മുദ്രാവാ ക്യമോ അല്ല റെജിക്ക് കവിത. അത് കവിയുടെ ആത്മബോധ ത്തിൽ തന്നെ വിലയിച്ചു ചേർന്ന സൗന്ദര്യാത്മകമായ ഒരു ബദൽ അനുഭൂതിയാണ്. സ്ത്രൈണതയും മനുഷ്യരുടെ പതിതാവസ്ഥകളും ഓരങ്ങളിലേക്ക് ഒഴിവാക്കി നിർത്തിയ വിഹ്വലതകളും പാരിസ്ഥിതി കമായ വിവേകങ്ങളും റെജിയുടെ കവിതയിൽ പ്രമേയമായി പ്രവർ ത്തിക്കുന്നുണ്ട്. കുത്തനെ വരച്ച ആകാശം, അടയാളം, സാഹസികത, അകലം എന്നീ കവിതകൾ ഈ നിലയിൽ പ്രസക്തങ്ങളാണ്.

റെജിയുടെ കവിതയിൽ പാരിസ്ഥിതികത സാമ്പ്രദായികമായി വരുന്ന യന്ത്രഭീകരത നിർമ്മിക്കുന്ന ആഘാതവും തത്ഫലമായുണ്ടാ കുന്ന ഉത്കണ്ഠയും അവയുടെ പെരുക്കങ്ങളുമല്ല ആവിഷ്കരിക്ക പ്പെടുന്നത്. കുന്നിടിച്ച് നിരത്തുന്ന യന്ത്രമേ എന്ന് ഉള്ള് പിളർക്കുന്ന ഗദ്ഗദം കവിതയിൽ മുഴങ്ങുന്നില്ല. മലയും വിദ്യാലയവും പങ്കിടുന്ന സൗഹാർദ്ദത്തിന്റെ തീവ്രതയിൽ നമ്മൾ തിരിച്ചറിയുകയാണ്, പരിസ്ഥിതി നമ്മളിൽ പ്രവർത്തിക്കുന്ന ശക്തമായ ഒരു അനുഭവ ലോകമായാണ് മാറുന്നത്.

ഓർക്കാപ്പുറത്തൊരു നാൾ
കുട്ടികളെ അതിശയിപ്പിച്ചു കൊണ്ട്
സ്കൂൾ മൈതാനത്തേക്കിറങ്ങി വന്നു മല.
ഉയരം കൊണ്ട് താൻകെട്ടിയ കുടുമ
ടിപ്പറാൽ കെട്ടിവലിക്കും സാഹസികത
കുട്ടികൾക്കു മുമ്പിൽ കാട്ടിക്കൊടുത്തു.
(സാഹസികത)

മല കുട്ടികളിൽ ഉണർത്തുന്ന ദൈന്യതയിൽ നിന്നാണ് മനുഷ്യരുടെ ക്രൂരതയെ നമ്മൾ അനുഭവിക്കുന്നത്. പാരിസ്ഥിതികാനുഭവം ചെങ്ങോട്ടുമലയിലെത്തുമ്പോൾ മറ്റൊരു വിതാനത്തെ സൃഷ്ടിക്കുന്നു. തീവ്ര സമരങ്ങളുടെ മണ്ണായി ചെങ്ങോട്ടുമല അടയാളപ്പെടുമ്പോഴും ശബ്ദങ്ങളുടെയും ഗന്ധങ്ങളുടെയും ദൃശ്യങ്ങളുടെയും വിരുദ്ധലോകങ്ങൾ തീർത്താണ് കവിത പാരിസ്ഥിതികമായ ഒരനുഭവരാശി നിർമ്മിക്കുന്നത്.

ചെങ്ങോട്ടുമലയിലേക്ക് വീശുന്ന കാറ്റ്
ഇനി തിരിച്ചു വരില്ല.
പണ്ട്
പാടത്തിന്റെ ചെളിമണവും
പുന്നെല്ലിൻ പൂമണവുമായി
ചെങ്ങോട്ടുമല കയറിപ്പോയിരുന്ന കാറ്റ്
തെങ്ങിൻ കുലകളിൽ
മാവിൻ ചില്ലകളിൽ
കുലുങ്ങിച്ചിരിച്ച്
തിരികെ പാടങ്ങളിലേക്ക്
ഞങ്ങളുടെ വീടുകളിലേക്ക് വന്നിരുന്ന കാലം ഇനിയില്ല.
ചെങ്ങോടിനുച്ചി പൊട്ടിത്തെറിക്കും
ചീളുകൾ ഇനി വീടുകളിൽ ശൂലം
തറയ്ക്കു മാചാരമാകും
പൊടികൾ ഈ ഗ്രാമത്തെ
കെട്ടിപ്പിടിച്ചുമ്മവെയ്ക്കും
ടിപ്പറുകളുടെ മുരൾച്ചയിൽ
കരിമരുന്നിന്റെ ഗന്ധത്തിൽ

നമ്മളറിയാതെ കിതയ്ക്കും.

ഗന്ധങ്ങളുടെയും ശബ്ദങ്ങളുടെയും ദൃശ്യങ്ങളുടെയും വ്യത്യസ്ഥാനുഭവങ്ങൾ കവിത സൃഷ്ടിക്കുന്നുണ്ട്. പാടത്തിന്റെ ചെളിമണവും പുന്നെല്ലിൻ പൂമണവും തെങ്ങിൻ കുലകളിലും മാവിൻ ചില്ലകളിലുമുള്ള കലുങ്ങിച്ചിരികളും കരിമരുന്നിന്റെ ഗന്ധത്തിനും ടിപ്പറിന്റെ മുരൾച്ചകൾക്കും വഴിമാറുമ്പോഴുള്ള വിരുദ്ധാനുഭവങ്ങളുടെ തീവ്രതയിൽ നിന്നാണ് പാരിസ്ഥിതിക ബോധത്തിന്റെ അകളങ്കിതമായ ജീവിത നൈർമല്യത്തെ നാം തിരിച്ചറിയുന്നത്. ആഹ്വാനങ്ങളുടെയോ താക്കീതുകളുടേയോ അകമ്പടിയില്ലാതെ ഭാഷയുടെയും ഇമേജുകളുടെയും ശക്തമായ സാന്നിധ്യം കൊണ്ടാണ് കവിത വായനക്കാരിൽ പ്രതിരോധത്തിന്റെ നിത്യസാന്നിധ്യമായി പ്രവർത്തിക്കുന്നത്. സമരഘോഷങ്ങളുടെ താൽക്കാലിക വെടിയൊച്ചകൾ നിലച്ചാലും ചെങ്ങോട്ടു മലയുടെ ഉച്ചിപൊട്ടിത്തെറിക്കുന്ന ശബ്ദം കവിതയിൽ നിന്ന് നിരന്തരം നാം കേട്ടുകൊണ്ടിരിക്കും. ചീളുകൾ ശൂലങ്ങളായി വീടുകളിൽ തറയ്ക്കുമാചാരം ഒരൊഴിയാബാധയായി കവിത അസ്വസ്ഥതയോടെ ഒരു ജനതയെ ഓർമ്മപ്പെടുത്തിക്കൊണ്ടിരിക്കും. അങ്ങനെ കവിത പരിസ്ഥിതിക ബോധത്തിന്റെ ഒളിമങ്ങാത്ത ജ്വാലയെ എന്നുമുൾവഹിച്ചുകൊണ്ടിരിക്കും.

പരിസ്ഥിതിയെയും രാഷ്ട്രീയത്തെയും കൂട്ടിയിണക്കുന്ന ഒരു കലാതന്ത്രം നമുക്ക് കാറ്റ് എന്ന കവിതയിൽ കാണാൻ കഴിയുന്നുണ്ട്.

ഏതിലയാണവൻ
ഉന്നം വെയ്ക്കുന്നതെന്ന്
സംശയിച്ച് നിൽക്കുമ്പോൾ
ഒരു മരം തന്നെ
കടപുഴകി വീഴുന്നു.
ഏതൊരു ജനതയെയാണവൻ
ഉന്നം വെയ്ക്കുന്നതെന്നു നാം
ഇപ്പോഴും സംശയിച്ച് നിൽക്കുന്നു.
ഒരു രാജ്യം തന്നെ

കടപുഴകി വീണേക്കാം. ഇവിടെ പ്രകൃതിയെ വേട്ടയാടുന്ന അതേ പ്രകൃതം തന്നെയാണ് ഒരു രാജ്യത്തെ ജനതയെ വേട്ടയാടുമ്പോഴും സംഭവിക്കുന്നത് എന്ന് നാമറിയുന്നു.

തേനിൽ മരുന്നടക്കം ചെയ്യുന്നതു പോലെ രാഷ്ട്രീയാശയങ്ങളെ ആകർഷകമായ രൂപത്തിൽ ഉള്ളടക്കം ചെയ്ത് അവതരിപ്പിക്കാനുള്ള

ഒരു ഉപാധിയാണ് കല എന്നൊരു കാഴ്ചപ്പാട് ഇന്നും പ്രബലമാണ്. രാഷ്ട്രീയ കവിതകൾ എന്ന പേരിൽ അവതരിച്ചു പോരുന്നത് ഇത്തരം കവിതകൾ തന്നെയാണ്. എന്നാൽ ടി. റെജിയുടെ കവിതകളിൽ രാഷ്ട്രീയം ഔഷധം പോലെ അടക്കം ചെയ്യപ്പെട്ട ഒന്നല്ല. അനുഭൂതിയുടെ ഒരു ലോകമായാണ് രാഷ്ട്രീയവും കവിതയിൽ കലരുന്നത്. രാഷ്ട്രീയം എന്നത് തനിക്കു പുറത്തുള്ള മറ്റാരുടേയോ ഒരു ജീവിത വ്യവഹാരം എന്ന നിലയ്ക്കല്ല റെജി കണക്കാക്കിയിരിക്കുന്നത്.അത് ആവിഷ്കാരത്തിന്റെ ഉൺമ തന്നെയാണ്.

"കുഴിവെട്ടി മൂടുക വേദനകൾ /കുതികൊൾക ശക്തിയിലേക്കു നമ്മൾ' (ഇടശ്ശേരി) 'വേട്ടക്കാരവരുടെ കൈകൾ / വെട്ടും ഞാൻ കന്മഴുവോങ്ങി' (കടമ്മനിട്ട) എന്നിങ്ങനെയുള്ള പ്രഖ്യാപനങ്ങളൊന്നും റെജിയുടെ രാഷ്ട്രീയ കവിതയിൽ കാണുകയില്ല.

മരവും മനുഷ്യനും, 2018 ആഗസ്റ്റ് 15, പുറത്താക്കപ്പെട്ടവർ ഒരു രാഷ്ട്രം പണിയുന്നു, കല്പന, സ്വാതന്ത്ര്യം എന്നീ കവിതകൾ രാഷ്ട്രീയം ഉറഞ്ഞുകൂടിയ രൂപവും ഉള്ളടക്കവും തന്നെയായാണ് അവതരിക്കപ്പെടുന്നത്. പഴയ തലമുറയിൽ നിന്നും ഭിന്നമായി ഗംഭീര രാഷ്ട്ര വിചാരങ്ങളായല്ല തന്റെ ചുറ്റിലെ പരിസരാനുഭവങ്ങളായി തന്നെയാണ് രാഷ്ട്രീയവും കവിതയിൽ കടന്നു വരുന്നത് എന്നതാണ് ഈ കവിതകളുടെ സവിശേഷത.

മരമെന്ന് കേൾക്കെ,
നാമതിന്നിലപ്പടർച്ചയെ കാണുന്നു.
മാവെന്ന് കേൾക്കെ
മാങ്ങയും,
പ്ലാവെന്ന് കേൾക്കെ
ചക്കയും കാണുന്നു
മുരിക്കെങ്കിൽ മുള്ള് കാണുന്നു.
വീട്ടുപണിയും മരമെന്നാകിൽ

വെറും തടി മാത്രം കാണുന്നു. ഈ നോട്ടങ്ങളാണ് യഥാർത്ഥത്തിൽ രാഷ്ട്രീയ നോട്ടങ്ങളായി,കാഴ്ച്ചപ്പാടുകളായി പരിണമിക്കു ന്നത്.ഈ വൈവിദ്ധ്യങ്ങൾ മാത്രമേ മനുഷ്യ സമുദായത്തിനുമുള്ളൂ. സത്യത്തിൽ ഓരോ മരവും ഇല പൂവ് കായ് മുള്ള് എന്നിങ്ങനെ അനന്യമായി നിൽക്കുന്നത് മരമെന്ന സാമാന്യതയിൽ ലയിച്ചു ചേർന്നാണ്. ഓരോ സവിശേഷ രൂപങ്ങളും സാമാന്യതയിൽ ലയിച്ചു നിൽക്കുന്ന അനന്യമായ പ്രാതിഭാസിക രൂപങ്ങൾ മാത്രമാണ്. ഈ പ്രാതിഭാസികമാ

യരൂപം സാമാന്യതയുടെ വൈരുദ്ധ്യമല്ല അതിന്റെ പൂരണമാണ്, പൂർണതയാണ്. മനുഷ്യൻ എന്ന വിശാലവും വിപുലവുമായ സാമാന്യ തയെ ,സമഭാവനയെ തിരിച്ചറിയേണ്ടതിന്റെ പ്രാധാന്യത്തെയാണ് കവിത സൂചിപ്പിക്കുന്നത്. മാവും പ്ലാവും മുരിക്കും എന്നതു പോലെയുള്ള അനന്യതയും സൗന്ദര്യവും മാത്രമേ മനുഷ്യരുടെ ലോകത്തിലും ഉള്ളൂ. പൗരാണികമായ നമ്മുടെ പ്രപഞ്ച ബോധം, സമഭാവനയെക്കുറിച്ചുള്ള ഭാരതീയ ദർശനം ഈ കവിതയിൽ നി ലീനമായി നിൽക്കുന്നുണ്ട്. ഇതൊന്നും കവി ബോധപൂർവം ഉൾച്ചേർക്കുന്നതല്ല.

രാഷ്ട്രം എന്ന സമഭാവനാ ലോകത്തു നിന്നും അന്യത്വാരോപ ണത്തിലൂടെ മനുഷ്യരെ പുറത്താക്കുന്ന ദേശവിരുദ്ധമായ രാഷ്ട്രീയ നീക്കങ്ങളെയും വാക്കുകളിൽ പ്രതിരോധിക്കുന്നുണ്ട് റെജി.

വലിച്ചെറിയപ്പെട്ട നിലയിൽ
ഒരു ഭരണഘടന
പുറത്താക്കപ്പെട്ടവരുടെ കൈകളിലെത്തുന്നു
ഒറ്റ മതത്തിന്റെ വേരുകളിറങ്ങിയ
ഒരാൽ മരമായതിൽ
മതേതരത്വം പടർന്നുണങ്ങുന്നു.
(പുറത്താക്കപ്പെട്ടവർ ഒരു രാഷ്ട്രം പണിയുന്നു)

എന്നിങ്ങനെ മരത്തെ രൂപകമാക്കി കവി ദേശീയതയെ നിർവചി ക്കാൻ ശ്രമിക്കുകയാണ്. മരത്തെ പോലെ വെള്ളവും ബഹുസ്വരമായ ഇമേജുകൾ നിർമ്മിക്കുന്നുണ്ട് . ഈ ഞാനും പുറത്തല്ല എന്ന ആദ്യ സമാഹരത്തിൽ തന്നെ വെള്ളവും മഴയും കൊണ്ട് കുറേ ജീവിതാർ ത്ഥങ്ങൾ സൃഷ്ടിക്കുന്നുണ്ട് കവി.

ഒരു മഴയ്ക്കെന്നെ
മടിച്ചിയാക്കാമെ
ന്നുറച്ചിരിക്കുന്നോ
രനുജത്തി മുന്നിൽ
ഒരു മഴയ്ക്കെന്നെ
വികൃതിയാക്കാമെ
ന്നിതാമുറ്റം നിറ
ച്ചരിയ പാദങ്ങൾ
വിതച്ചി തുണ്ണിയും
ഒരു മഴയ്ക്കെന്നെ

പുളകിതയാക്കാം
പെരിയ നാണത്താൽ
വലഞ്ഞു ഭൂമിയും
ഒരു മഴയ്ക്കുമീ
മലിന ദേഹത്തെ
മനുഷ്യനാക്കുവാൻ
കഴിയില്ലെന്ന് ഞാൻ
പുറത്തിരമ്പുന്ന
മഴയ്ക്കിടയിലും
അകത്തിരുന്നിതാ
വിയർത്തുനാറുന്നു.
(ഒരേ മഴ)

എന്നിങ്ങനെ പലവിധ ഭാവബോധങ്ങൾ മഴകൊണ്ട് കവിത സൃഷ്ടിക്കുന്നുണ്ട്. ഇവിടെ ആഗസ്റ്റ് 15 എന്ന കവിത വെള്ളത്തെ ഉള്ളടക്കുന്നത് നോക്കൂ. ആഗസ്റ്റ് പതിനാലിന് വൈകുന്നേരം തെളിഞ്ഞ ആകാശം മണൽപ്പരപ്പിൽ ചവിട്ടി ച്ചവിട്ടി തിരമാലകളിലേയ്ക്ക് ഇറങ്ങി ഏറിയ കൗതുകത്തോടെ കാലുകൊണ്ടു തൊട്ടു കടൽ വെള്ളം. കാലുകൊണ്ടു തൊട്ട ഈ കടൽവെള്ളം സ്വാതന്ത്ര്യസമരത്തിന്റെ കടലിരമ്പങ്ങൾ സമ്മാനിക്കുന്ന അമൃത സ്മരണകളാണെങ്കിൽ അന്നു രാത്രി പുതപ്പിൽച്ചുരുണ്ട് കട്ടിലിൽ സുഖമായുറങ്ങുമ്പോൾ കയറിക്കയറി കട്ടിൽപ്പുറത്ത് തണുത്ത കാൽവെള്ളയിൽ ആരുമറിയാതെ തൊട്ട മഴവെള്ളം മൃത ജീവിതത്തിന്റെ വർത്തമാനമാണ്. അത് ഒരു പ്രളയകാലത്തിന്റെ ദുരന്ത അനുഭവം കൂടിയായിത്തീരുന്നു. അങ്ങനെ സ്വാതന്ത്ര്യപ്പുലരി വെള്ളപുതച്ച മരവിപ്പിൽ അമർന്ന് പോയത് നമ്മൾ അറിയുന്നു. അമൃത സ്മരണകളുടെയും ജീവിത മരണത്തിന്റെയും രണ്ടവസ്ഥകളും വെള്ളം കൊണ്ടെഴുതുന്ന കവിത.

വാക്കിന്റെ അപര്യാപ്തതയെക്കുറിച്ച് ഉത്കണ്ഠപ്പെടാത്ത കവികളില്ല. വലിയ കവികളൊക്കെ ഭാഷയുടെ ഉറപ്പില്ലായ്മയെ മനസ്സിലാക്കുകയും വ്യാകുലപ്പെടുകയും ചെയ്തവരായിരുന്നു. ഇന്ന് ഭാഷയിതപൂർണ്ണം എന്നത് ആശാന്റെ മാത്രം സങ്കടമായിരുന്നില്ല. എന്തുകൊണ്ടെനിക്കേകീല

വാക്കൊന്നും / ബന്ധുരം തവ രൂപം വിവരിക്കാൻ എന്ന് വള്ളത്തോളും സന്ദേഹിക്കുന്നു. 'വാക്കെനിക്കെല്ലാം ഒളിക്കും വിലം' (പി. പി. രാമചന്ദ്രൻ) എന്നിങ്ങനെ വാക്കിനെക്കുറിച്ച് പുതിയ കവിയും

പരിതപിക്കുന്നു. കവികൾ പുതിയ ഭാഷ നിർമ്മിക്കുന്നു എന്ന് മാർഷൽ പ്രൂസ്റ്റ് പറയുന്നത് അതുകൊണ്ടാണ്. എല്ലാ സർഗാത്മക എഴുത്തുകാരെയും പോലെ ഈ കവിയും ഭാഷയില്ലല്ലോ എന്ന വേവലാതിയിൽ വേവുന്നു.

'എന്നു കേൾക്കുമീ വാക്ക-
തായ്ത്തന്നെ
എന്നു കേൾക്കുമതിൻമുഴക്കം
മുഴുവനായ്
എന്നു കേൾക്കുമതിന്നാരവം
പൂർണമായ്'

എന്ന സംഘർഷം കവി ശരിക്കും അനുഭവിക്കുന്നു. ഇങ്ങനെ പുറത്തു നിന്ന് വാക്കിനകത്തേക്കും അകത്തു കയറി വാക്കിൻ പുറത്തേയ്ക്കും കടക്കാനുള്ള തീവ്രശ്രമങ്ങളാണ് റെജിയുടെ കവിതകൾ. വാക്ക് സ്വന്തമല്ല എന്നതുപോലെ റെജിക്ക് കവിത നൽകുന്നത് ആത്മപ്രകാശനം മാത്രമല്ല. സാമൂഹികാസ്തിത്വത്തിൽ നിന്ന് തന്നെയും ഭാഷയെയും ചുറ്റുപാടിനെയും വിമോഹനമായി സാക്ഷാത്ക്കരിക്കാനുള്ള വാക്കിന്റെ ഉദ്യമങ്ങൾകൂടിയാണ് കവിതകൾ.

●

നീലയായ്ത്തന്നെയോ !

നീലയല്ലാതൊരു നിറമില്ലെന്നെന്നെ
പഠിപ്പിച്ച സമുദ്രമേ,
ആകാശത്തിന്നകിടിൽ മുട്ടിക്കുടിക്കും
നീലമേഘമേ,
നീലിച്ചൊരൊറ്റത്തുവലായ്-
പ്പൊഴിയുന്ന സന്ധ്യേ....

നീലയായ്ത്തന്നെയോ
നിങ്ങൾതൻ നിറം കാണ്മത് -
മറ്റൊരാള, ല്ല
നീല ഞരമ്പിലോടുന്ന ചോരപോൽ
ച്ചോന്നു കാണുമോ?

ഞാൻ കാണും നിറങ്ങളില്ല-
മിതുപോലെ ശങ്കിച്ചു നിൽക്കുമോ
മറ്റൊരാൾ!

●

2018 ആഗസ്റ്റ് 15

ആഗസ്റ്റ് പതിന്നാല്,
വൈകുന്നേരം
തെളിഞ്ഞ ആകാശം.
മണൽപ്പരപ്പിൽ ചവിട്ടിച്ചവിട്ടി
തിരമാലകളിലേയ്ക്കിറങ്ങി,
ഏറിയ കൗതുകത്തോടെ
കാലുകൊണ്ട് തൊട്ടു
കടൽ വെള്ളം.

രാത്രി,
കറുത്ത ആകാശം.
തിമർക്കും മഴപ്പെയ്ത്ത്,
പുതപ്പിൽച്ചുരുണ്ട് കട്ടിലിൽ
സുഖമുറക്കം.
കയറിക്കയറിയകത്ത്
കട്ടിൽപ്പുറത്ത്
തണുത്ത കാൽവെള്ളയിൽ
ആരുമറിയാതെ വന്നു തൊട്ടു
മഴവെള്ളം.

ആഗസ്റ്റ് പതിനഞ്ച്,
പ്രഭാതം
വിറങ്ങലിച്ച ആകാശം.
മലയാളമൊന്നാകെയൊരൊറ്റ -
വെള്ളപ്പതാക പുതപ്പിച്ചു
മഴ.

●

ആ ദിവസം

കിളികൾ മുറ്റത്തിരുന്ന്
ചിലച്ച് തുടങ്ങുന്നതിന് തൊട്ടുമുമ്പ്,
വരാൻ സമയമായോയെന്ന്
മഞ്ഞുതുള്ളികളെയയച്ച്
ആരായുന്നുണ്ടായിരുന്നു
വസന്തത്തിന് തൊട്ടുമുമ്പത്തെ പുലരി.

മഞ്ഞുതുള്ളിക്ക് തൊട്ടുമുമ്പ്,
ഒരു പ്ലാവില ഇറയത്തുവീണ്
പഴുക്കുന്നുണ്ടായിരുന്നു.
അതിന് തൊട്ടുമുമ്പ്,
ഒരു വീട് ഈ മുറ്റത്ത്കിടന്ന്
വിങ്ങുന്നുണ്ടായിരുന്നു.

വീടിനും തൊട്ടുമുമ്പ്,
രണ്ട് ഇരുകാലികൾ
വിയർത്ത് വിയർത്ത് നാറുന്നുണ്ടായിരുന്നു.
നാറ്റത്തോടൊപ്പം,സൂര്യൻ
കത്തിച്ച് പിടിച്ചിരുന്നു
ഒരിരുട്ടിനെ.

ഇപ്പോഴും പുലർന്നിട്ടില്ല
ആ ദിവസം.

●

ഉണക്കം

ഈ മരത്തെ ചുറ്റിപ്പടർന്ന വള്ളികൾ
ഇതിന്റേതല്ല
ആഴ്ന്നിറങ്ങിയ വേരുകൾ
ഇതിന്റേതല്ല
കൊത്തിവെച്ച പൊത്തുകൾ
പൊത്തിലിരിക്കും കിളികൾ
കിളിപാടും പാട്ടുകൾ
ഇതിന്റേതല്ല.

അടർന്നു വീഴുമോരോ ചില്ലയും
ആയുസ്സിന്നടരുകൾ,
ചിതൽ മേയുമീശരീരം
ഇനിയൊരു ചിതയിലേക്കില്ല.

തീ പടർത്താനിനിയൊന്നും
ബാക്കിയില്ലിതിൽ.

ഒരു കാറ്റ് മതിയാകുമിത്
മരമല്ലാതായിത്തീരുവാൻ.

●

കുത്തനെ വരച്ച ആകാശം

കടലിന്നറ്റത്ത്
കുത്തനെ വരച്ച ആകാശമാണ്
സ്വാതന്ത്ര്യം.
ചിലപ്പോൾ
നിങ്ങളുടെ മൂക്കിൻ തുമ്പിൽ
തൊട്ടു എന്നു വരാം.
ചിലപ്പോൾ നിങ്ങളുടെ
മടിക്കുത്തഴിച്ചേക്കാം.
മറ്റു ചിലപ്പോൾ
അടുക്കളയിൽ വേവുമാഹാരത്തിൽ
കൈയിട്ടേക്കാം.
നിങ്ങൾ പറയും ഭാഷ,
ഉടലിൻ നിറം,
ഉടുത്ത വസ്ത്രം
ചോദ്യം ചെയ്യപ്പെട്ടേക്കാം.
അവസാനം
നിങ്ങൾ ജീവിക്കുന്ന മണ്ണ്
നിങ്ങളുടേതല്ലാതായിത്തീരും.

അന്നും,
ആകാശത്തെക്കുറിച്ചും
കടലിനെക്കുറിച്ചും
സംസാരിച്ചുകൊണ്ടേയിരിക്കും
അവർ.

●

പുറത്താക്കപ്പെട്ടവർ ഒരു രാഷ്ട്രം പണിയുന്നു

വലിച്ചെറിയപ്പെട്ട നിലയിൽ
ഒരു ഭരണഘടന
പുറത്താക്കപ്പെട്ടവരുടെ കൈകളിലെത്തുന്നു.

ഒറ്റ മതത്തിന്റെ വേരുകളിറങ്ങിയ
ഒരാൽമരമായ,തിൽ
മതേതരത്വം പടർന്നുണങ്ങുന്നു.
ആൾക്കൂട്ടത്തിൽ കൊല്ലപ്പെട്ടവരുടെ
അവസാനമിടിപ്പിൻ ലിപികളാൽ
സ്വാതന്ത്ര്യം എന്ന പദം
അതിൽ എഴുതിച്ചേർക്കപ്പെട്ടിരുന്നു.
ഒറ്റ രാത്രി കൊണ്ട്
ഉരുൾപൊട്ടിയ ജനാധിപത്യത്തിൽ
ഒരു രാജ്യമാകെ ഒലിച്ചുപോകുന്നു.

പുറത്താക്കപ്പെട്ടവർ
ഒരു രാഷ്ട്രം പണിയുന്നു.
വിയോജിപ്പുകളുടെ പുത്തൻ ഭൂപടം
അതിരുകളില്ലാതെ വരയ്ക്കപ്പെടുന്നു.

●

ഉറക്കം

ഉടൽ കൊണ്ടു മാത്രം
ഉണർന്ന ഒരാളെ
എങ്ങനെ ഉണർത്തും ?

ഗുഹാധ്യാനമോ
യോഗാസനങ്ങളോ
അയാളെ ഉണർത്തുന്നില്ലെങ്കിൽ?!

മൂല്യങ്ങളോ
മൂലഗ്രന്ഥങ്ങളോ
അയാളെ ഉണർത്തുന്നില്ലെങ്കിൽ?!

ഒരു ജനതയൊന്നാകെ -
ശ്രമിച്ചിട്ടും
അയാൾ ഉണരുന്നില്ലെങ്കിൽ ?!

വെളിച്ചത്തെ ഭയക്കുന്നവെങ്കിൽ,
നമ്മളെന്തു ചെയ്യും?!

ഒരു രാജ്യം എന്തു ചെയ്യും?!

●

ബലി

പൂന്തോട്ടത്തിലെ
ചുകചുകപ്പൻ പൂക്കളിൽ
ഒന്നു മാത്രം,
ഓരോ ദിനവും
മതിലിനു മുകളിലൂടെ
വഴിയിലേക്ക് തലനീട്ടും.

വഴിയാത്രക്കാരായ -
കുട്ടികൾക്കായ്...

●

കല്പന

വകുപ്പുകൾ അന്വേഷിക്കുന്നത്
കുറ്റകരം
എന്ന വകുപ്പ് പ്രകാരം
പുറപ്പെടുവിക്കുന്ന കല്പന.
ഇന്നു മുതൽ, ചുവരിലെ
കറുത്ത പാടുകൾ കാണുന്നവർക്കെതിരെ
ശിക്ഷാ നടപടികൾ സ്വീകരിക്കുന്നതാണ്
പിഞ്ചു കുഞ്ഞുങ്ങൾ വിരൽ കുടിക്കുന്നത്
ഇന്ന് മുതൽ നിരോധിച്ചിരിക്കുന്നു
ചെരിഞ്ഞ്കിടക്കുന്നതും
ചുവരിലേക്ക് നോക്കുന്നതും
നിരോധിച്ചിരിക്കുന്നു.

മുതിർന്നവർ
ചോറുണ്ണുന്നതും
ചപ്പാത്തി കഴിക്കുന്നതും
ഇനിയൊരറിയിപ്പുണ്ടാകുന്നതുവരെ
നിരോധിച്ചിരിക്കുന്നു.
തുറസ്സായ സ്ഥലങ്ങളിൽ സഞ്ചരിക്കുന്നതും
സഹജീവികളോട് സംസാരിക്കുന്നതും
നിരോധിച്ചു കൊണ്ട്
ഇതിനാൽ ഉത്തരവായിരിക്കുന്നു.

●

ദൂരം

വെറുതെയിരിക്കും -
കാലത്തെ, ഞാൻ
ചിന്ത കൊണ്ടളക്കുന്നു.

ആറ്റിൽ കളഞ്ഞാലും
അളന്ന് കളയണമല്ലോ.

താണ്ടി ഞാൻ ജീവിതം
പാതിയിലേറെയും.

●

മഷി

ഒരു പേനയിലും നിറയാതെ
കുപ്പിയിലിരിപ്പാണിപ്പോഴും .

ഈ അടപ്പൊന്ന് തുറക്കൂ...
ഒരു വിരലിലെങ്കിലും
പുരളട്ടെ ഞാൻ.

●

മരവും മനുഷ്യനും

ഒരു മരവും മരം മാത്രമല്ല ;

മരമെന്ന് കേൾക്കെ,
നാമതിന്നിലപ്പടർച്ചയെ കാണുന്നു.
മാവെന്ന് കേൾക്കെ
മാങ്ങയും,
പ്ലാവെന്ന് കേൾക്കെ
ചക്കയും കാണുന്നു.
മുരിക്കെങ്കിൽ മുള്ള് കാണുന്നു .
വീട് പണിയും മരമെന്നാകിൽ
വെറും തടി മാത്രം കാണുന്നു.

സത്യത്തിൽ,
ഓരോ മരവും
ഇല പൂവ് കായ് മുള്ള്
എന്നിങ്ങനെ ....

അങ്ങനെത്തന്നെയോ
ഓരോ മനുഷ്യനേയും
രാമനെന്ന്
അബ്ദുള്ളയെന്ന്
ജോസഫെന്ന് കേൾക്കുന്നത് !!

●

സാഹസികത

മലയുടെ താഴ്വാരത്തിലായിരുന്നു
പള്ളിക്കൂടം
കുട്ടികൾ ഒന്നിച്ചിരുന്ന്
ചൊല്ലിപ്പഠിക്കും പാഠങ്ങൾ കേട്ട്,
അന്നന്നുതന്നെ പഠിച്ചു മല.
ആണ്ടുകളേറെയായ്-
പുത്തൻ കളികൾ പാട്ടുകൾ തെറികൾ
ഓരോന്നായഭ്യസിച്ചു.

ഓർക്കാപ്പുറത്തൊരു നാൾ
കുട്ടികളെയതിശയിപ്പിച്ചുകൊണ്ട്
സ്കൂൾ മൈതാനത്തേക്കിറങ്ങിവന്നു മല.
ഉയരംകൊണ്ട് താൻ കെട്ടിയ കുടുമ
ടിപ്പറാൽ കെട്ടിവലിക്കും സാഹസികത
കുട്ടികൾക്കു മുമ്പിൽകാട്ടിക്കൊടുത്തു.

കൈകൊട്ടിയാർക്കുന്നു കുട്ടികൾ.

അവസാനത്തെ മണിയടിച്ചിട്ടും
പിരിഞ്ഞു പോയില്ലവർ
മൈതാനത്തുനിന്നും.
●

കാറ്റ്

ഏതിലയാണവൻ
ഉന്നംവെയ്ക്കുന്നതെന്ന് നാം
സംശയിച്ച് നിൽക്കുമ്പോൾ
ഒരു മരംതന്നെ
കടപുഴകി വീഴുന്നു.

ഏതൊരു ജനതയെയാണവൻ
ഉന്നംവെയ്ക്കുന്നതെന്നു നാം
ഇപ്പോഴും സംശയിച്ച് നിൽക്കുന്നു.

ഒരു രാജ്യം തന്നെ
കടപുഴകി വീണേക്കാം.

●

വിലാപം

വേട്ടമൃഗം കൊണ്ടുപോയ
അമ്പിനെക്കുറിച്ചോർത്ത്
വേട്ടക്കാരൻ.

ഉടലിൽത്തറച്ച-
അമ്പിൻ വേദനയിൽ
പ്രാണനെക്കുറിച്ചോർത്ത്
മൃഗം.

ഇരയേയും വേട്ടക്കാരനേയും
ഒരേ നീതിയാൽ വിധിക്കാനാകാതെ
കാട്.

●

തീറ്റ

വായ എന്ന മുറിവിലൂടെ
അകത്തേക്ക് പോകുന്നു,
പിന്നീടെന്ത് സംഭവിച്ചു എന്നറിയില്ല.
മലദ്വാരം എന്ന വാതിലിലൂടെ
പുറത്തേക്ക് പോകുന്നു,
പിന്നീടെന്ത് സംഭവിച്ചു എന്നറിയില്ല.

രണ്ടിനുമിടയിൽ ശരീരത്തിന്
എന്ത് സംഭവിച്ചു എന്നറിയില്ല.

വീട്ടിലേക്ക് ആരൊക്കെയോ വരുന്നു
കുട്ടികളും വലിയവരുമുണ്ട്
വർത്തമാനം പറയുന്നു
ചിരിക്കുന്നു കളിക്കുന്നു
ആഹാരം കഴിക്കുന്നു
യാത്രപറഞ്ഞ് പോകുന്നു
വാതിലടയ്ക്കുന്നു.

വരവിനും പോക്കിനുമിടയിൽ
വീടിനെന്ത് സംഭവിച്ചു എന്നറിയില്ല.

ഞാൻ തനിച്ചിരുന്ന്
പുസ്തകം വായിക്കുന്നു.
പതുങ്ങിപ്പതുങ്ങിയൊരാൾ
മുറിയിൽക്കയറുന്നു.

ഞാൻ പുസ്തകം അടച്ചുവെയ്ക്കുന്നു.

ഇതിനിടയിൽ എനിക്കെന്ത് സംഭവിച്ചു
എന്നറിയില്ല.
ഇനിയെന്താണ് സംഭവിക്കുക
എന്നുമറിയില്ല.
●

അകലം

ആട്ടിയോടിക്കപ്പെട്ട കിളികളിൽനിന്ന്
പുലരിയുടെ സംഗീതം
പറിച്ചെറിയപ്പെട്ട ചെടികളിൽനിന്ന്
പകലിന്റെ പൂക്കളും
കുറുക്കിയെടുത്ത പുഴകളിൽനിന്ന്
വേനലിന്റെ നിഴൽപ്പാട്ടുകൾ
മാന്തിയെടുത്ത മണ്ണിൽനിന്ന്
താഴ്വരയുടെ പച്ചപ്പ്....

അളന്നെടുക്കാനാവാത്ത
അകലങ്ങളിലേക്ക് നാം
നഷ്ടങ്ങളുടെ പങ്കായമൂന്നുന്നു.

●

അടയാളം

ചവിട്ടിച്ചവിട്ടി മുഷിഞ്ഞ കാർപ്പെറ്റുകൾ
പുറത്തേക്ക് വലിച്ചെറിയുമ്പോൾ
ഒരു കാലടി മാത്രം
അതിന്നടിയിലെ തറയിൽ
ആഴ്ന്ന് കിടക്കുന്നു.

സ്വന്തം കാലിൽ നിന്ന് നിന്ന്
മണ്മറഞ്ഞ് പോയ ഒരാളുടെ
മായാത്ത കാലടികളാകാം.

അല്ലെങ്കിൽ ആ പാടുകൾ
ഇത്രമേൽ നിറന്നിരിക്കാനിടയില്ല
●

കടലും മലകളും

കടലിനിക്കരെ നിന്ന് നോക്കുമ്പോൾ
വെള്ളത്തിൽ വീണലിയുന്ന
സൂര്യൻ.
മലകളുടെ നാട്ടിൽ,
മറ്റൊരു മലയുടെയുച്ചിയിൽ
അലിഞ്ഞലിഞ്ഞില്ലാതെയാകുന്നു.

വെള്ളത്തിലും കരയിലും
ഒരേപോലെയലിയും സൂര്യൻ
അല്ലെങ്കിലെങ്ങനെ-
യിത്രമേൽ സുന്ദരം
കടലും
മലകളും.

●

എന്നിലേക്കുള്ള ദൂരങ്ങൾ

കൂടെ കൊണ്ടുനടക്കാവുന്ന
ദൂരങ്ങളേ എന്നിലുള്ളൂ,
വഴികളും.

പാർക്കുമിടത്തുനിന്നും
തറവാട്ടിലേക്ക്,
വേലചെയ്യുമിടത്തേക്ക്
റേഷൻ ഷാപ്പിലേക്ക്
ചന്തയിലേക്ക്
കറന്റാപ്പിസിലേക്ക്.

അച്ഛനിലേക്ക്
അമ്മയിലേക്ക്
കൂടപ്പിറപ്പുകളിലേക്ക്
നല്ലപാതിയിലേക്ക്
മക്കളിലേക്ക്....

വയൽക്കുട്ടിലേക്ക്
കുയിൽപ്പാട്ടിലേക്ക്
മലതന്നുച്ചിയിലേക്ക്
മാമരക്കൊമ്പിലേക്ക്.

കടലിനിക്കരെ
കിനാവിനക്കരെ
കിതച്ച്തീരുന്നു
വഴികൾ ദൂരങ്ങൾ.

എന്നിലേയ്ക്കെത്തിപ്പെടാവുന്ന
മറ്റാരുമില്ലെന്നതിനാൽ,
എന്നിൽ നിന്നെന്നിലേക്കുള്ള
ദൂരമാണിപ്പോൾ
നടന്നുതുടങ്ങുന്നത്,
ഒറ്റയ്ക്ക്.
●

പിറവി

ചിലത്
അതിൻ തുടർച്ചയോടെ
പിറക്കും;
പിന്നിലേക്ക് കൈവീശിയൊഴുകും
നീർച്ചാൽ.

ചിലത്
അതിൽത്തന്നെ-
മുട്ടിനിൽക്കും
വലിയമുഴക്കത്തോടെ;
പുറത്തേയ്ക്കൊഴുകാനാകാതെ-
കെട്ടികിടക്കും
ഉറവ.

ഉപേക്ഷിക്കാനാവില്ല
രണ്ടിനേയും.

●

വീടൊഴിയുന്ന ദിവസം

വീട്ടുകാർ വീടൊഴിയുന്ന ദിവസം;
പല്ലികൾ ഉത്തരം താങ്ങില്ല
പാറ്റകൾ പുറത്തേക്കിറങ്ങില്ല
ഉറുമ്പുകൾ മാളങ്ങളിലേക്ക്
തിരിച്ച് കയറും.
ഈച്ചകൾ അവശിഷ്ടങ്ങളിൽ
ആർക്കുകയില്ല.

വീട്ടുകാർ വീടൊഴിയുന്ന ദിവസം
അവരുടെ വിയർപ്പിന്റെ മണം
ഉറുമ്പുകളെപ്പോലെ മുറിക്കകം
കൂട്ടത്തോടെ പൊതിയും.
അവരുടെ ശ്വാസം
പാറ്റകളെപ്പോലെ ചിറകടിക്കും.
ചിന്തകൾ ഉത്തരങ്ങൾക്കായി
കാത്തുകിടക്കും.
ഓർമ്മകൾ
ഈച്ചകളെപ്പോലെ പൊതിയും.

വീടൊഴിഞ്ഞു പോകുന്നവർ
വീടൊഴിയുന്ന ദിവസം
വീടൊഴിഞ്ഞു പോകുന്നില്ല.

●

രാപ്പിറവി

തീക്കാറ്റുകൾ വിഷപ്പുക തുപ്പുന്ന
ഈ സമയവും-
കടന്നുപോകും.

ഇന്നലെ,
ഇന്നലെമാത്രം-
ഉയർത്തപ്പെട്ട കൊടികൾ
മരത്തോടെ ഒടിഞ്ഞു വീഴും.
തിരമാലകൾ മണൽത്തരികളെ
നക്കിത്തുടയ്ക്കാനായുന്ന
ഈ സമയവും-
കടന്നുപോകും.

ഓർക്കാപ്പുറത്ത് വർഷിക്കു-
മിടിമിന്നലുകൾ നിലയ്ക്കും.
ഭയപ്പാടിന്റെ
ഈ സമയവും-
കടന്നുപോകും.

തീർപ്പുകളെഴുതിയ
കരിങ്കൽ ശാസനങ്ങൾ
പിളർത്തപ്പെടുക തന്നെ ചെയ്യും.
അരുളുകൾ ആവർത്തിക്കപ്പെട്ടു,മീ
സമയവും കടന്നുപോകും.

ആത്മമിത്രങ്ങൾക്കിടയിൽ വരയ്ക്കപ്പെട്ടം
അതിർത്തിരേഖകൾ
മാഞ്ഞുപോകും.
ഹൃദയം മുറിക്കുന്ന
ഈ സമയവും-
കടന്നുപോകും.

മായ്ച്ചുകളയാനായുന്ന ചരിത്രങ്ങൾ
തെളിഞ്ഞുവരും.
ഇരുൾ പരക്കുന്നത്
രാപ്പിറന്നതിനാൽ മാത്രം.

സൂര്യനുദിക്കുകതന്നെ ചെയ്യും.
●

അവർ വീണ്ടും വരും

അവർ വീണ്ടും വരും;
ഉഴുതുമറിക്കപ്പെട്ട നിലങ്ങളിൽ
വിത്തിൻ നാമ്പുകളുയിരെടുക്കുമ്പോൾ,
കാറ്റായും തീയായും
കടലിരമ്പി മറിയുമ്പോൾ,
മഷിപുരട്ടിയ കടലാസുകൊണ്ട്
കാലത്തെയളന്നു വെയ്ക്കുമ്പോൾ,
പുതുചിന്തകൾ-
പൂമരങ്ങളായിപ്പൂക്കുമ്പോൾ.

അവർ വീണ്ടും വരും;
കറുപ്പ് പിഴിഞ്ഞ്
തോരാനിടും കാലത്തെ.
കറുത്ത ചിന്തകൾകൊണ്ട്
കളം വരയ്ക്കും.
ആകെയുള്ളതിനെ
അനേകങ്ങളായി വിഭജിക്കും.
ഓരോ കളങ്ങളിലായി
അളന്നു വെയ്ക്കും.
അവർ വീണ്ടും വരും
ഉപേക്ഷിക്കപ്പെട്ട മാമൂലുകൾ
ഉറക്കെ വായിക്കും
ആരും ഭയക്കേണ്ടതില്ലെന്ന്
ആവർത്തിച്ച്
പറഞ്ഞുകൊണ്ടേയിരിക്കും.
●

പൊറുതി

മുഖത്തോട് മുഖം നോക്കി-
നിൽക്കുന്ന വീടുകൾ;
പൂട്ടിയിറങ്ങുമതിലെന്നു
മന്തിയുറങ്ങുമിരുകാലിജന്തുക്കൾ.

തമ്മിലേതോ ചിന്ത ചെയ്തികൾ
നട്ടുനനച്ചവർ വൈരികളായ്,
മിണ്ടാതെയായവർ കണ്ടാൽ
മുഖാമുഖം, വീടിന്നുടയവർ.

ഒറ്റയ്ക്കിരിക്കും പകലിൽ
കാക്കാത്തിമാർ വന്നു വീടിന്റെ
കൈരേഖ നോക്കിപ്പറയുന്നു
ഭൂതവും ഭാവിയും.
പിന്നെയാവീടുകൾ മിണ്ടിത്തുടങ്ങുന്നു
കാക്കാത്തിമാർ ചൊന്ന-
വീട്ടുവിശേഷങ്ങൾ.

അന്തിക്കൂടാനവർ വീണ്ടും
വരുംവരെ.
പൂട്ടിയ വാതിൽ തുറക്കുന്നതുവരെ.

●

വേനലിലെ പകൽ

കുന്നിൻ മുകളിൽ
മുടിയിട്ടടിച്ചുകലമ്പും
വെയിൽക്കാട്ടുകളെ സാക്ഷിയാക്കി,
മദം പൊട്ടിയ വെള്ളാന
മാനത്തു നിന്നും
മണ്ണിലേക്കിറങ്ങി.

നാടായനാടൊക്കെയലഞ്ഞ്
വഴിയറിയാതെ
നഗരത്തിനൊത്ത നടുവിലൂടെ
കടൽക്കരെയെത്തി,
ഒരു നിമിഷം ശങ്കിച്ച്
കടൽവെള്ളത്തിൽ ക്കുപ്പുകുത്തി.

ഒരാളുയരത്തിൽ പുളയ്ക്കുന്നുണ്ടായിരുന്നു
ഇരുട്ട് വിഴുങ്ങും നേരം വരെ.

●

ഒരു മനുഷ്യനെങ്കിലും

ഒരു യന്ത്രമുണ്ടായിരുന്നെങ്കിൽ
വെയിലിനെ നാരുനാരായി
കീറിയെടുക്കാമായിരുന്നു.
നാരുകൾ ഊടുംപാവും ചേർത്ത്
ഒരു തടുക്കപ്പായ മെടയാമായിരുന്നു.
നിവർത്തിപ്പിടിച്ച് പുറംകാറ്റിനെ
തടയാമായിരുന്നു.

അതിൻ തണലിലിരുന്ന്
ചെമ്മണ്ണ് കുഴച്ചെടുക്കാമായിരുന്നു.
കുഴച്ചമണ്ണിൽ ഒരു മനുഷ്യരൂപം
നിർമ്മിക്കാമായിരുന്നു.
അതിൽ ഊതിയൂതി
ഉയിര് നിറയ്ക്കാമായിരുന്നു.

അബദ്ധവശാൽ,
ഒരു മനുഷ്യനെങ്കിലും-
പിറവിയെടുത്തെങ്കിലോ!

●

പരിണാമദശയിലെ അവസാനത്തെ അവയവം

മനസ്സിലായിരിക്കണം ആദ്യം-
ഉടലെടുത്തത്;
ഇരുതലമൂർച്ചയോടെ.

പിന്നെ ഉടലിൽ
പലരൂപങ്ങളിൽ,
മാംസപേശികളേക്കാൾ
ഉരുക്കുറപ്പുകളിൽ.

ഉടുപ്പിലോ ഇടുപ്പിലോ
തിരുകി വെക്കാവുന്നത്
ആവശ്യത്തിന് മാത്രം
കൈകളിൽ പിടിക്കാവുന്നത്.

അന്യന്റെയുടലിൽ ആഴ്ത്തുവാൻമാത്രം
കൊണ്ടുനടക്കുന്നത്.
ഓർമ്മകളിൽപ്പോലും
ഞെട്ടലുണ്ടാക്കുന്നത്
ക്രൂരതമാത്രം കുറിക്കപ്പെട്ടത്
ചോര ചീറ്റപ്പെടുന്നത്.

ഉപയോഗിക്കാതെ വെച്ചാൽ
തുരുമ്പെടുക്കുന്ന-
ഒരേയൊരവയവം.

●

ചിരിക്കാൻ മറന്ന ദിവസം

ഉണരുമ്പോൾ ഉദാത്തമായ
ചിന്തകളൊന്നുമുണ്ടായിരുന്നില്ല
പക്ഷെ,
വാതിൽ മലർക്കെ-
തുറക്കപ്പെട്ട് കിടന്നിരുന്നു.

പല്ല് തേക്കുമ്പോഴോ
വെളിക്കിരിക്കുമ്പോഴോ
ഏകാന്തത വേട്ടയാടിയിരുന്നില്ല
പക്ഷെ,
ഓർമ്മിക്കാനുള്ളവയൊക്കെ
മാഞ്ഞു പോയിരുന്നു.

പ്രാതൽ കഴിക്കുമ്പോൾ
രാത്രികണ്ട സ്വപ്നം
അയവിറക്കിയിരുന്നു
പക്ഷെ,
സംഭവിക്കാനിരിക്കുന്നവയെക്കുറിച്ചുള്ള
ആധിയുണ്ടായിരുന്നില്ല.

ഒരുങ്ങിത്തുടങ്ങിയപ്പോൾ
കണ്ണാടി നോക്കിയിരുന്നില്ല
പക്ഷെ,
ഭയം തരിച്ച് കയറുന്നുണ്ടായിരുന്നു.

ഇറങ്ങാൻ തുടങ്ങുമ്പോഴാണ് ശ്രദ്ധിച്ചത്
വാതിലുകൾ കൊട്ടിയടയ്ക്കപ്പെട്ടിരുന്നു
അകത്തുനിന്നും, തുറക്കാൻ
കഴിയാത്തവിധം.

●

ഉത്സവപ്പിറ്റേന്ന്

വയൽക്കരെ ഭഗവതിക്കാവിൽ
തിറയുത്സവം
ചെണ്ടപ്പെരുക്കത്തിൻ താളം
തെയ്യത്തിൻ ചുവടുവെയ്പ്പ്.
കൂക്കിവിളിച്ചും
തോറ്റം പാടിയും
അയഞ്ഞും മുറുകിയുമൊച്ചകൾ
അമ്മയെയുണർത്തി,
കാവുണർത്തി.

അരിച്ചരിച്ചെത്തുമിരുട്ടൊപ്പം
നാല്ദിക്കിൽനിന്നും കാവിലേക്ക്
വെളിച്ചങ്ങളുടെ വരവായി.
കാവിലമ്മയോട് സങ്കടമുണർത്തിക്കാൻ
വരും വരവിനിടയ്ക്ക്
ചില വെളിച്ചങ്ങൾ താനേ കെട്ടുപോയി.

കെടാത്തവ അമ്മയോടൊത്ത്
മനം നിറഞ്ഞ് കത്തി
നേരം പുലരുവോളം.

ഉത്സവം കഴിഞ്ഞു
പകൽ വന്നു
എല്ലാ വെളിച്ചങ്ങളുമുറങ്ങി.
●

കടലോരത്തെ കുടിലുകൾ

കടൽക്കരയിലിരുന്ന്
പൂഴിമണ്ണിൽ വരച്ച ചിത്രങ്ങളല്ല,
ചെമ്മണ്ണിൽ വരച്ചത്.

പൂഴിയിൽ വിരലറ്റംകൊണ്ട്
ആഴത്തിൽ വരച്ച വരകൾ
ഏത് നിമിഷവും ഇല്ലാതെയാവാം.

മെനഞ്ഞ ശില്പങ്ങൾ
ആയുസ്സിൽ ദൈർഘ്യമില്ലാത്തത്
അടർന്ന് വീഴുമ്പോൾ വേദനിക്കില്ല.
ആരും പിണങ്ങില്ല
കടലെടുത്താലും കാറ്റെടുത്താലും
കുറ്റപ്പെടുത്തില്ല.

ചെമ്മണ്ണിൽ വരച്ച ചിത്രങ്ങൾ,
കൊത്തിയ ശില്പങ്ങൾ
ദാഹവും വിശപ്പും കുഴച്ചുചേർത്ത്
പടുത്ത കുടിലുകൾ.
ഉടലിൽ നിന്നുമുറന്ന
പശചേർത്തുറപ്പിച്ചത്
ഉള്ളം കൈകളിൽ തഴമ്പുകൾ
തളിർപ്പിച്ചത്.

ഉടലുകൾ ഉമ്മവെച്ചുണർത്തു-
മുയിരുകൾ കാക്കുമൊരേയൊരിടം

കാറ്റോ കടലോ ഒന്ന്
ചെരിഞ്ഞ് നോക്കുന്നതുപോലും
ഭയപ്പെടുത്തുമവയെ.

●

പിറന്നാൾ

1194-ആം ആണ്ട്
ഇടവത്തിലെ തിരുവാതിര;
നാൽപ്പത്തിയെട്ടാമത്
ഒരുവട്ടംകൂടി
ആ നക്ഷത്രം
എന്നെ വന്ന് തൊട്ടു.
●

സ്വാതന്ത്ര്യം

എന്നുകേൾക്കുമീവാക്ക-
തായ്ത്തന്നെ;
എന്നു കേൾക്കുമതിൻ മുഴക്കം
മുഴുവനായ്
എന്നു കേൾക്കുമതിന്നാരവം
പൂർണ്ണമായ്!

ഉണർന്ന ഒരു വാക്കിനോളവും
അതുണർന്നില്ല.
ഉയർത്തിയ ഒരു പതാകയോളവും
അതുയർന്നില്ല.
ഉടുപ്പിലും നടപ്പിലും
ആഹാരത്തിലും വിഹാരത്തിലും
അതിരുകൾക്കുള്ളിൽ നിന്നു.

കുന്നോളമെന്ന് കരുതി
കുന്നിക്കുരുവോളമായി.
ചിന്തിച്ചുറപ്പിച്ചതൊക്കെയും
ചിതമല്ലാതായി.

അവസാനമങ്ങനെത്തന്നെ,
ചിതയിലെടുത്തുവെക്കാമെന്നായി.
●

കടൽപ്പാലം*

ഒഴിഞ്ഞുപോയ ഭാരങ്ങളുടെ
ആലസ്യത്തിൽ,
നിന്നുനിന്ന് തുരുമ്പെടുത്ത്
പൊടിഞ്ഞുപോകുന്ന ഉടലുകളായ്
കടലിലേക്ക് വരിവരിയാ,യി-
റങ്ങിനിൽക്കും,കടൽപ്പാലത്തിൻ
തൂണുകൾ.

അക്കരെനിന്നും മണൽച്ചിത്രങ്ങളെ
ചുണ്ടിൽ മുത്തിയെടുത്ത്,തിരകൾ
ഇക്കരെത്തീരത്ത്
ചുങ്കമില്ലാതിറക്കുമതി ചെയ്യുമ്പോൾ,
ഇക്കരെനിന്നുമൊരുകപ്പൽനിറയെ
സുഗന്ധങ്ങൾ
മറുകരയിലേക്ക് നീങ്ങുന്നു.
തുരുമ്പിച്ച തൂണുകൾക്കിടയിലൂടെ.

ഒരു ദേശത്തെ അടയാളപ്പെടുത്തുന്ന
തുരുമ്പിച്ച് തീരുമ്പോഴും
ആ പഴകിയ തൂണുകൾ.

●

* നൂറ്റാണ്ടുകളുടെ പഴക്കമുണ്ടായിരുന്ന, ചരിത്രശേഷിപ്പായിരുന്ന കോഴിക്കോട് കടൽപ്പാലം പൊളിച്ചുനീക്കി. ഇപ്പോൾ അവശേഷിക്കുന്നത് ഇരുമ്പ് തൂണുകൾ മാത്രം.

വര,മൊഴി

വരയിലെ കാടിനേക്കാൾ തെളിച്ചം
മൊഴിയിലെ കാടിന്.

വരയിൽ കാട്
കാട്ടിലിരിക്കുവതേയുള്ളൂ.
കിളികൾ പറക്കുന്നുണ്ടാവാം
കാറ്റ് വീശുന്നുണ്ടാവാം
കടുവയോ പുലിയോ
കുതിക്കുന്നുണ്ടാവാം.
കാടിന്റെ നിഗൂഢതയിൽ
സ്വയമൊടുങ്ങുമവ.

മൊഴിയിൽ കാട്
കാട്ടിൽനിന്നുമിറങ്ങിനടക്കും
കടലിലോളം ചെല്ലും.
പറക്കും കിളികൾ
കുതിക്കും മൃഗങ്ങൾ
അലയും കാറ്റിനൊപ്പം
നാട്ടിലേയ്ക്കിറങ്ങും.
നാട്ടിലെ മൃഗങ്ങൾക്കൊപ്പം
മതേതരത്വം പ്രഖ്യാപിക്കും.

●

മഴ

അലക്കിപ്പിഴിഞ്ഞ് തോരാനിട്ട
കറുത്തമേഘങ്ങളെയെടുത്ത്
മടക്കിവെക്കാൻ മറന്നു
ആകാശം.

അയപൊട്ടിവീഴാ-
മേത് നിമിഷവും,
കുടച്ചൂടിനില്പാണെല്ലാരും.

●

എട്ടുകാലി

കനത്ത നിശ്ശബ്ദതയെ
എട്ട് കൈകളാൽ
താങ്ങിപ്പിടിച്ചിരിക്കു-
മൊരു ഭയം.
●

ഹർത്താൽ

കലണ്ടറിൽ ചുവന്ന ചായം പുരളാൻ
മറന്ന ദിവസം.

ഇന്ന്
പക്ഷികൾ പാടില്ല
മരങ്ങൾ നിഴൽ പരത്തില്ല,
ഇല പൊഴിക്കില്ല.
പൂക്കളിൽ തേനറക്കില്ല
കവികൾ പാടില്ല
കാട്ടാറുകൾ നിശ്ചലമാകും.

കടത്തുകാരന്റെ കൂവൽ നിലച്ച
കടവ് പോലെ
നിശ്ചലം കാലം.

●

വയസ്സ്

ലിഫ്റ്റിൽ,
കണ്ണടച്ച് തുറക്കുംമുമ്പ്
47-ആം നിലയിലെത്തി.

●

മണ്ണ്

മനുഷ്യന് ഇത്രപാകത്തിൽ വഴങ്ങുന്ന
മറ്റെന്തുണ്ട്,
വേരുകൾക്കും.

മരങ്ങളിലൂടെയല്ലാതെയത്
എങ്ങനെ ശ്വസിക്കും.
പൂക്കളിലൂടെയല്ലാതെ
എങ്ങനെ ആനന്ദിക്കും.

സങ്കടങ്ങൾ, കടലിനോടല്ലാതെയത്
എന്തിനോട് പറയും.

കണ്ണീരിനെ ആഴങ്ങളിലേക്ക് മാത്ര-
മൊഴുക്കുന്ന മറ്റേത് ജന്മമുണ്ട്!

കുട്ടിരിപ്പിന്റെ ഏത് തത്വശാസ്ത്രമുണ്ട്
ഉടലുണ്ട്,
ഉണ്മയുണ്ട്?

●

മരണവീട്ടിൽ

മരണവീടിന്റെ തണുത്തുള്ളംകൈയിൽ
അമർത്തിപ്പിടിച്ച ഞാൻ,
കൈകൾ പിൻവലിക്കാൻ
മടിച്ച് മടിച്ച്.
ഇപ്പോൾമരിച്ചയാളുടെ മുൻപേ
മകൻ മരിച്ചുപോയ
വീടിന്റെ തണുത്തുള്ളംകൈയിൽ...
●

ബാധിര്യം

അസഹ്യമായ ശബ്ദത്തെ,
ചെവികൾ പൊത്തി
കാഴ്ചകൊണ്ട് നേരിട്ടു.

ചീവീടുകൾ കരഞ്ഞില്ല
കുറുക്കൻ ഓരിയിട്ടില്ല
പതുക്കെപ്പതുക്കെ
ഇരുട്ട് പരന്നു.

കോഴികൂവിയില്ല
കിളികൾ ചിലച്ചില്ല
പതുക്കെപ്പതുക്കെ
പ്രകാശം പരന്നു.

●

കാറ്റ്

കാറ്റേതുടലിന്നുയിര്!
അതുപേക്ഷിച്ചുപോയ ശരീരം
ഇപ്പോഴും നിശ്ചലമായിരിക്കുമോ
ഭൂമിയിൽത്തന്നെയിരിക്കുമോ
മണ്ണിലോ ജലത്തിലോ
അതഴുകുമോ?

ഇനിയുമൊരിക്കൽ ഉടലോടെ
പുനർജനിക്കുമോ,
അല്ലെങ്കിലത് കാറ്റായിത്തന്നെ
ഗതികിട്ടാതലയുമോ?

ഓരോശരീരത്തിലും മുട്ടിവിളിക്കുമോ?
പക്ഷിയുടെ,
മരത്തിന്റെ, മനുഷ്യന്റെ,
മലയുടെ, കെട്ടിടത്തിന്റെ....
●

സ്വപ്നം

ഒറ്റയ്ക്കിരുന്ന് മുഷിഞ്ഞ സ്വപ്നങ്ങൾ
എപ്പോഴാണാവോ എന്റെയുറക്കത്തെ
തൊട്ടുതലോടി തലയ്ക്കലിരുന്നത്.
എന്റെയുടലിൽ കയറിക്കിടന്നത്
എന്റെയാഴങ്ങൾ അളന്നെടുത്തത്.
മരങ്ങൾക്കും മലകൾക്കും മുകളിലൂടെ
എന്നെപ്പറത്തിയത്
അന്തമില്ലാത്താഴത്തിലേക്ക്
ഠപ്പേന്ന് വീഴ്ത്തിയത്
കുന്നോളം ചോറെന്റെ മുമ്പിൽ
വിളമ്പിവെച്ചത്
തിന്നുവാൻ വയ്യാതെ പേടിച്ച്
നിലവിളിച്ചത്
കൂട്ടുകാരൊത്തുകളിക്കും കളികളിൽ
തോല്പിച്ച് കരയിച്ചത്
വരമ്പിലെചെളിയിൽ വഴുതി
വയലിൽ വീഴ്ത്തിയത്.

എപ്പോഴാണൊരു സ്വപ്നമെന്നെ-
യുണർത്തിയത്
വറ്റിവരണ്ട പുഴയെന്നെ നോക്കി-
ച്ചിരിച്ചത്!

●

കാട്ടിലെ ശവമടക്ക്

നിശ്ശബ്ദതയുടെ ശവമടക്ക്
ഇപ്പോൾ കഴിഞ്ഞതേയുള്ളൂ
ഇലകളുടെ ചുമലിൽ പിടിച്ച്
ഇളം കാറ്റ് എത്തി നോക്കിയതേയുള്ളൂ
പൂവലുകൾ കുഴിമാടത്തിനു മുകളിൽ വെച്ച്
കിളികൾ പിൻവാങ്ങിയതേയുള്ളൂ.
മരങ്ങൾ പൊഴിച്ച കണ്ണീർ
കരിയിലകളിൽ വീണതേയുള്ളൂ
ഇരുട്ട് പൊട്ടിക്കരഞ്ഞതേയുള്ളൂ...

ഈ മുറിയ്ക്കകത്ത് നിലവിളക്ക്
കത്തിച്ച വെച്ചതാരാണ്
ഇന്നത്തേക്ക് മാത്രമായ്.

●

ചെങ്ങോട്ടുമല

ചെങ്ങോട്ടുമലയിലേക്ക് വീശുന്ന കാറ്റ്
ഇനിതിരിച്ചു വരില്ല.

പണ്ട്,
പാടത്തിന്റെ ചെളിമണവും,
പുന്നെല്ലിൻ പൂമണവുമായ്
ചെങ്ങോട് മല കയറിപ്പോയിരുന്ന കാറ്റ്
തെങ്ങിൻ കുലകളിൽ
മാവിൻ ചില്ലകളിൽ
കുലുങ്ങിച്ചിരിച്ച്
തിരികെപാടങ്ങളിലേക്ക്,
ഞങ്ങളുടെ വീടുകളിലേക്ക് വന്നിരുന്ന കാലം ഇനിയില്ല

ചെങ്ങോടിന്നുച്ചി പൊട്ടിത്തെറിക്കും
ചീളുകൾ ഇനി വീടുകളിൽ
ശൂലം തറയ്ക്കുമാചാരമാകും
പൊടികൾ ഈ ഗ്രാമത്തെ
കെട്ടിപ്പിടിച്ചു മ്മവെക്കും.
ടിപ്പറുകളുടെ മുരൾച്ചയിൽ
കരിമരുന്നിന്റെ ഗന്ധത്തിൽ
നമ്മളറിയാതെ കിതയ്ക്കും.

●

ഇമ്പം

പൊട്ടിച്ചിതറുമ്പോൾ മാത്രമല്ലോ
കേൾക്കാവതുള്ളൂ നിന്നൊച്ചകൾ
കൂട്ടിയടിക്കുന്നു ഞാനതിന്നായ്.

പൊട്ടിച്ചിതറിയ തുണ്ടിനാലേ
ചോര പൊടിഞ്ഞെൻ വിരലിലാ-
ട്ടെ,യൊച്ചയെനിക്കേറെയിമ്പമല്ലോ
●

ശ് ശ്...

ഒച്ച വെക്കല്ലേ...
ഒരു പൂവുണരുന്നുണ്ടിപ്പോൾ.
ഒരിളംകാറ്റതിൻ ചുണ്ടിൽ
സുഗന്ധം പൂശുന്നുണ്ട്.

ഒച്ച വെക്കല്ലേ...
മാങ്കൊമ്പിലൊരു കുയിൽ
പാടാനൊരുങ്ങുന്നുണ്ട്.
ഒരു പൂവതിൻ ചുണ്ടിൽ
മധുരം നിറയ്ക്കുന്നുണ്ട്.

ഒരണ്ണാൻ കുഞ്ഞ് മുറ്റത്തെ
നെല്ലുതിർക്കാൻ വരുന്നുണ്ട്
ഒരു പാമ്പതിൻമാളത്തീന്ന്
പുറത്തേക്ക് വരുന്നുണ്ട്.

ഒച്ച വെക്കല്ലേ.

●

ഇന്ന്

കര മുഴുവൻ കടവുകളായിത്തീർന്ന പുഴയിലേക്ക്
രാത്രിമല ഉരുൾപൊട്ടിവീണു.
ഇരുട്ടിന്റെ കുത്തൊഴുക്കിനെയത്
നെഞ്ചിലേറ്റിയൊഴുകിക്കൊണ്ടിരുന്നു.

ഓരോ കടവിലും
മീൻ കുഞ്ഞുങ്ങളുടെ
നക്ഷത്രക്കണ്ണുകൾ മിന്നിമറഞ്ഞു .

വീണ്ടുമൊരു മേഘം
പുഴയ്ക്കു മീതേ ഉരുണ്ടു കൂടുന്നു.

നേരം വെളുക്കെ,
തെളിഞ്ഞ് തെളിഞ്ഞ് മറക്കുന്നു
ഇന്നലകളെയവ.
●

ഞാൻ

ഞാനിവിടെയുണ്ട്
ഞാനിവിടെയുണ്ട്.

എന്റെ പേരൊന്നു വിളിക്കൂ
ഉച്ചത്തിൽ,
വിളി കേൾക്കുന്നതു വരേ.
എന്നെയൊന്ന് തൊടൂ,
ഞാനൊന്നിളകും വരേ.

ഞാനൊന്നാശ്വസിക്കട്ടെ
ഞാനിവിടെത്തന്നെയുണ്ടെന്ന്
●

എന്നിട്ടും നാം

ഒരു മണ്ണിൻതരി തെന്നി-
ച്ചൊരു തുള്ളിയുറന്നൃവെള്ളം.
മാറീ ഈ ലോകമിതെത്ര !

ഒരു പൂവു വിരിഞ്ഞൂ ചെടിയിൽ
ഒരു കുഞ്ഞു സുഗന്ധം വായുവിൽ.
ഒരു തൂവൽ പൊഴിഞ്ഞൂ പക്ഷിയി-
ലൊരു ചെറു ശബ്ദം മണ്ണിൽ.
ഒരു ചെറു കാറ്റിനനക്കം
ചെടിയിലടർന്നൊരു ചില്ല.
ഒരു തുള്ളിയതില്ലൊരു കീറ -
ക്കടലാസിൽ വാക്കുകൾ.

മാറീ ഈ ലോകമിതെത്ര !

എന്നിട്ടും നാമെന്തിനു കൂടെ
കൊണ്ടു നടന്നൂ വിരസത.

●

ചുഴലിക്കാറ്റ്

ഒരിക്കൽ,
വൃശ്ചികത്തിലെ ഒരു വെളുപ്പാൻ കാലത്ത്
കുളിരിൻ മാറാപ്പുമായി
വീട്ടിലെത്തിനോക്കിയിറങ്ങിപ്പോയി
ക്ഷുറ്റ്മാറിയിട്ടില്ലാത്ത,
ഊരുചുറ്റിയായ ഒരിളംപയ്യൻ.

ഇന്നിപ്പോൾ,
മിഥുനത്തിൽ കാറും തൊണ്ടയുമായി
മീശ പിരിച്ചെത്തിപ്പേടിപ്പിച്ച,വൻ
ഒറ്റക്കൈ വിശീയതേയുള്ളൂ
വീടിരുന്നേടത്തിപ്പോൾ
ഒരു കാറ്റിൻ ചുഴിമാത്രം.
വട്ടം കറങ്ങുന്നുണ്ടതിലിപ്പോഴും
ഒരു തേങ്ങൽ.

●

അന്തിയ്ക്ക്

ഈ പകലിനെയെങ്കിലും
കൈവിട്ടു പോകരുതേയെന്ന്
കരഞ്ഞ് കരഞ്ഞ് തളർന്നിരിക്കുന്നു
ഒരു തവളക്കുഞ്ഞ്.

അടുത്ത കരച്ചിലിന്നായുമ്പൊഴേക്കും
ഒരു കരിമ്പടത്താൽ മൂടിപ്പിടിച്ചു
അതിനെയാരോ.

വിറയാർന്ന ശബ്ദത്തിൽ
ഒരു മഴ തേങ്ങുന്നുണ്ടിപ്പോൾ.

●

വ്യായാമം

പുലർച്ചെയുണർന്ന് നടക്കാനിറങ്ങി.
വഴി നീളെ പച്ചപ്പുകൾ
മഞ്ഞിൻ തുള്ളി പുതച്ചിരിപ്പുണ്ട്.
കൈകൾ ആഞ്ഞാഞ്ഞു വീശി,
വിയർക്കുവോളം നടക്കണം.

കാലിലെന്തോ ഉടക്കി,
വഴിയിലതാ കിടക്കുന്നു.
ആരോ ഉപക്ഷിച്ചു പോയ ഉറക്കം.
കൈകൾ ആഞ്ഞുവീശി നടന്നു,
വിയർക്കുവോളം നടക്കണം.

കിലോമീറ്ററുകൾ നടന്നു വീട്ടിൽ തിരിച്ചെത്തി
കണ്ണിലെന്തോ ഉടക്കുന്നു,
ആരോ ഉപേക്ഷിച്ചു പോയ ഉറക്കം.

ഇന്നത്തേക്കിതുമതി.

●

ലോക് ഡൗൺ*

ഉറക്കമെണീറ്റ് പായ ചുരുട്ടിവെക്കും പോലെ
നാം ലോകത്തെ ചുരുട്ടിവെച്ചു.
തെരുവുകൾ ചുരുട്ടിവെച്ചു
തലയിണയും വിരിപ്പുകളും വെച്ച്
പായ ചുരുട്ടിവെക്കും പോലെ
നാം വീട് ചുരുട്ടിവെച്ചു.

കുത്തിച്ചാരിവെക്കാൻ
ഒരു മൂലയില്ലാതെയായി
അകമെന്നോ പുറമെന്നോ
വേർതിരിവില്ലാതെയായി.
കുട്ടിക്കാലത്ത് ഒളിച്ചുകളിക്കുമ്പോൾ
പായച്ചുരുളിലിരുട്ടിലെന്ന പോലെ
നാം ശ്വാസം നേർപ്പിച്ചിരുന്നു;
ആരോ കണ്ടു പിടിക്കാൻ
തിരഞ്ഞ് വരുമെന്ന പോലെ.
നെഞ്ചിലെ മിടിപ്പിനെ, നാ-
മൊച്ച പുറത്തേക്കൊഴുകാതെ
വായ പൊത്തിപ്പിടിച്ചിരുന്നു.

മുന്നിലൂടെ പതുങ്ങി പതുങ്ങി,
കറുത്ത പൂച്ച നടക്കുന്നതുപോലെ
കാലവും.

●

* കോവിഡ് 19 കാലത്തെ ലോക് ഡൗൺ